MAZE

FOR KIDS

MAZE BOOK

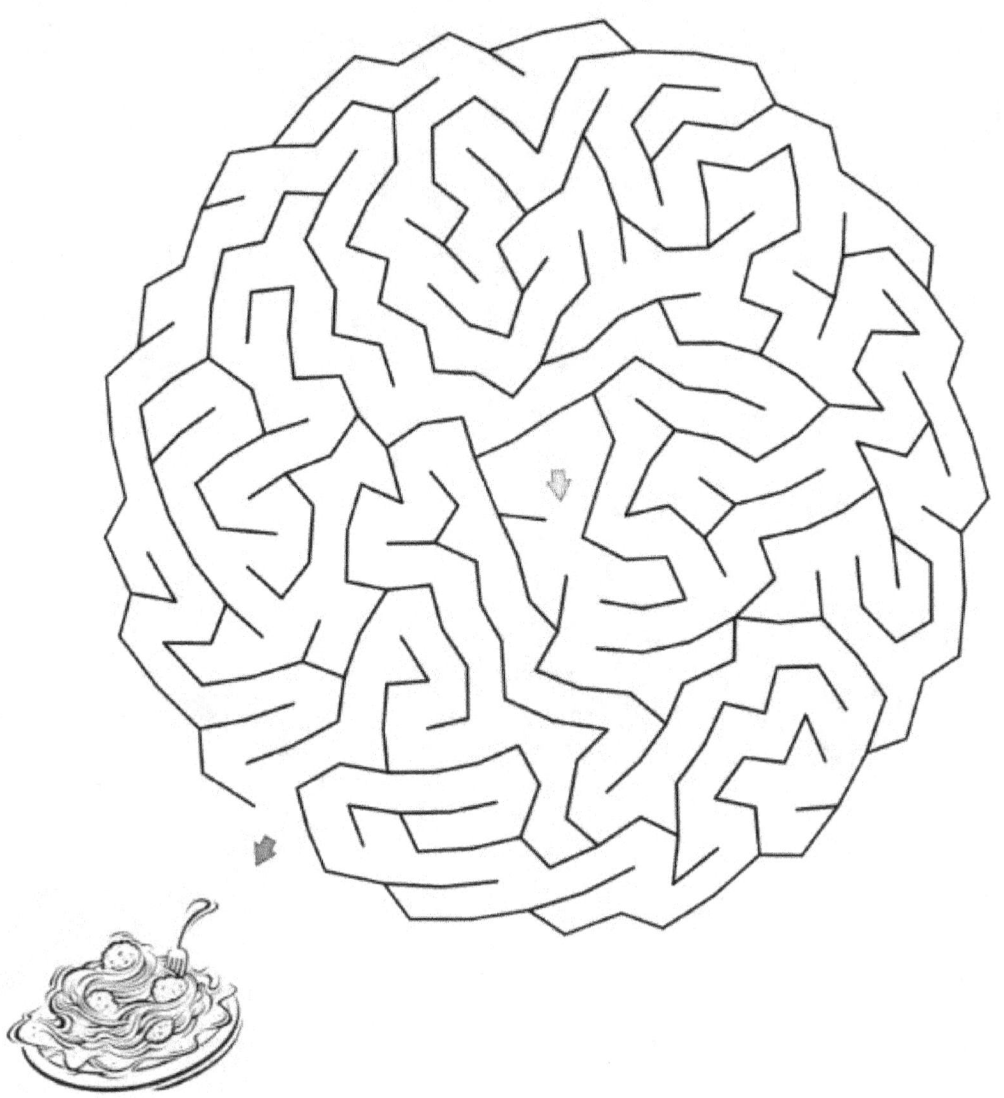

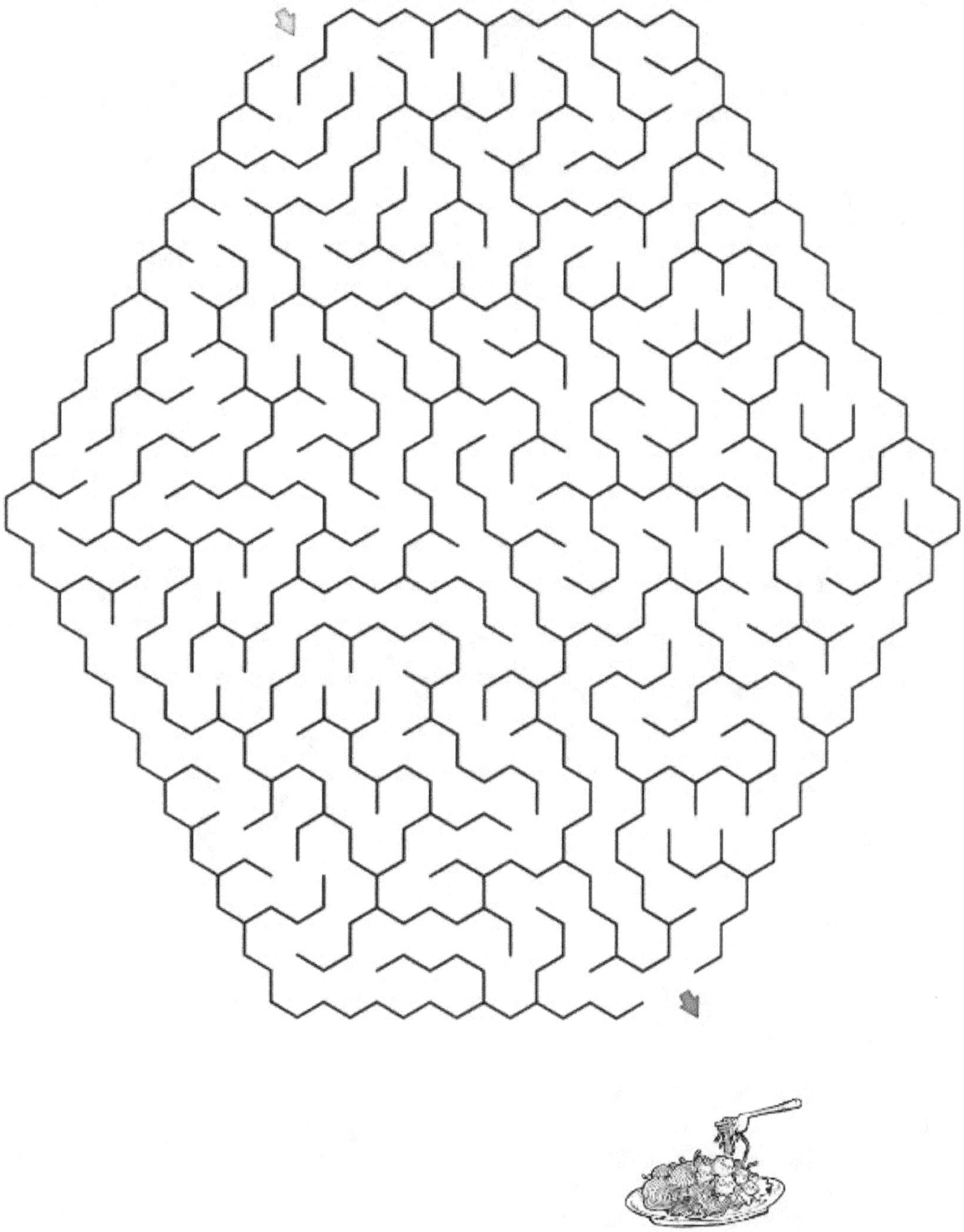

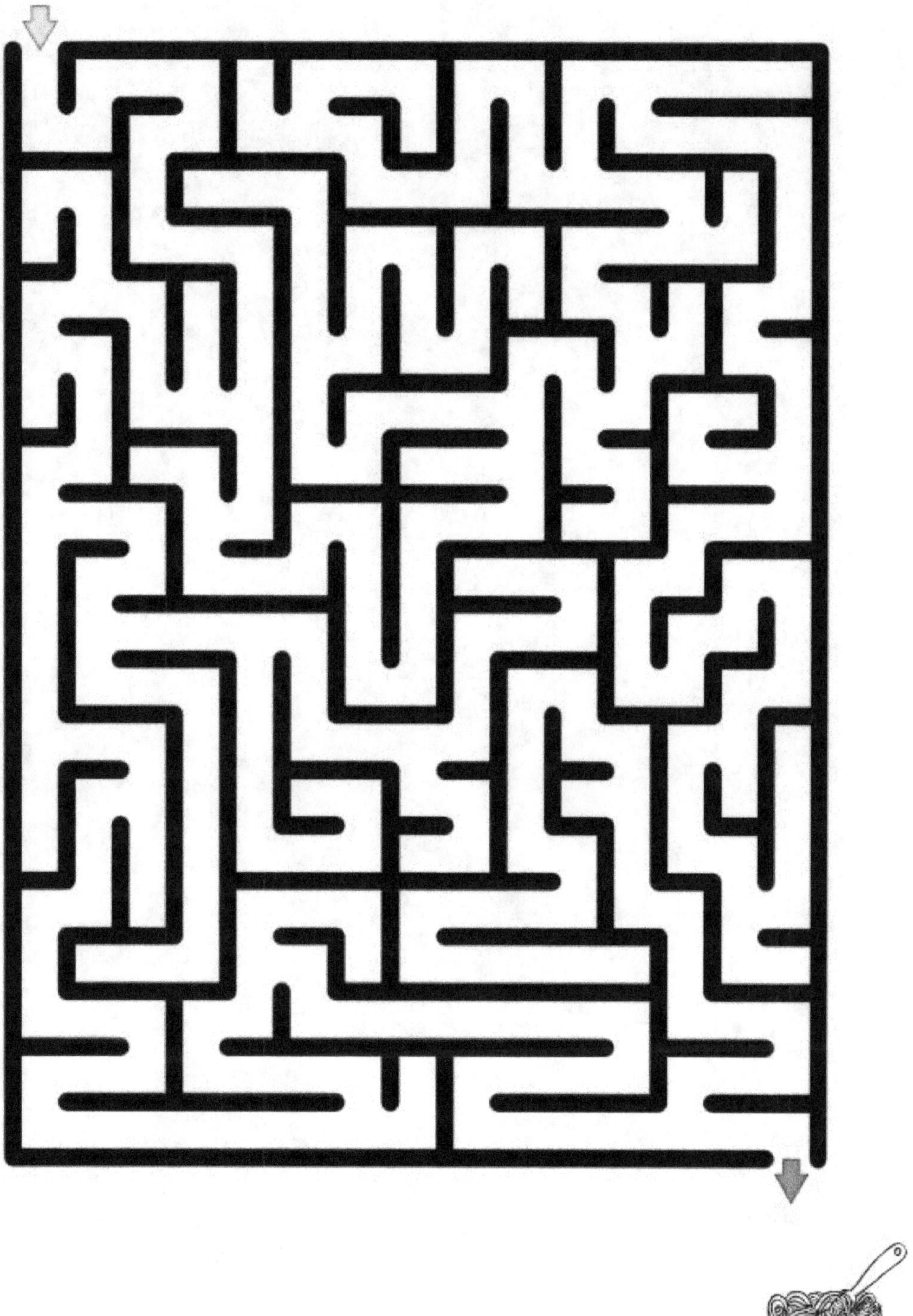

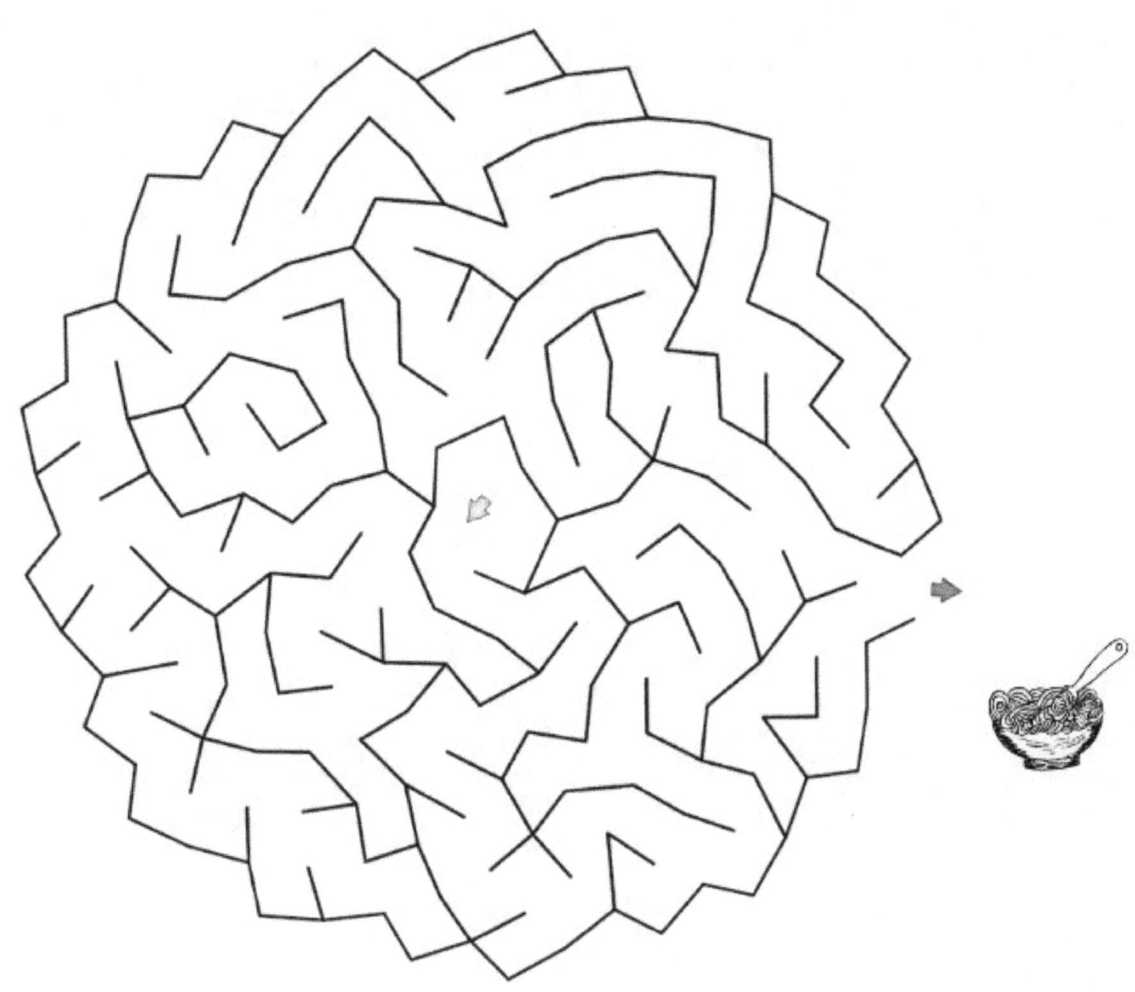

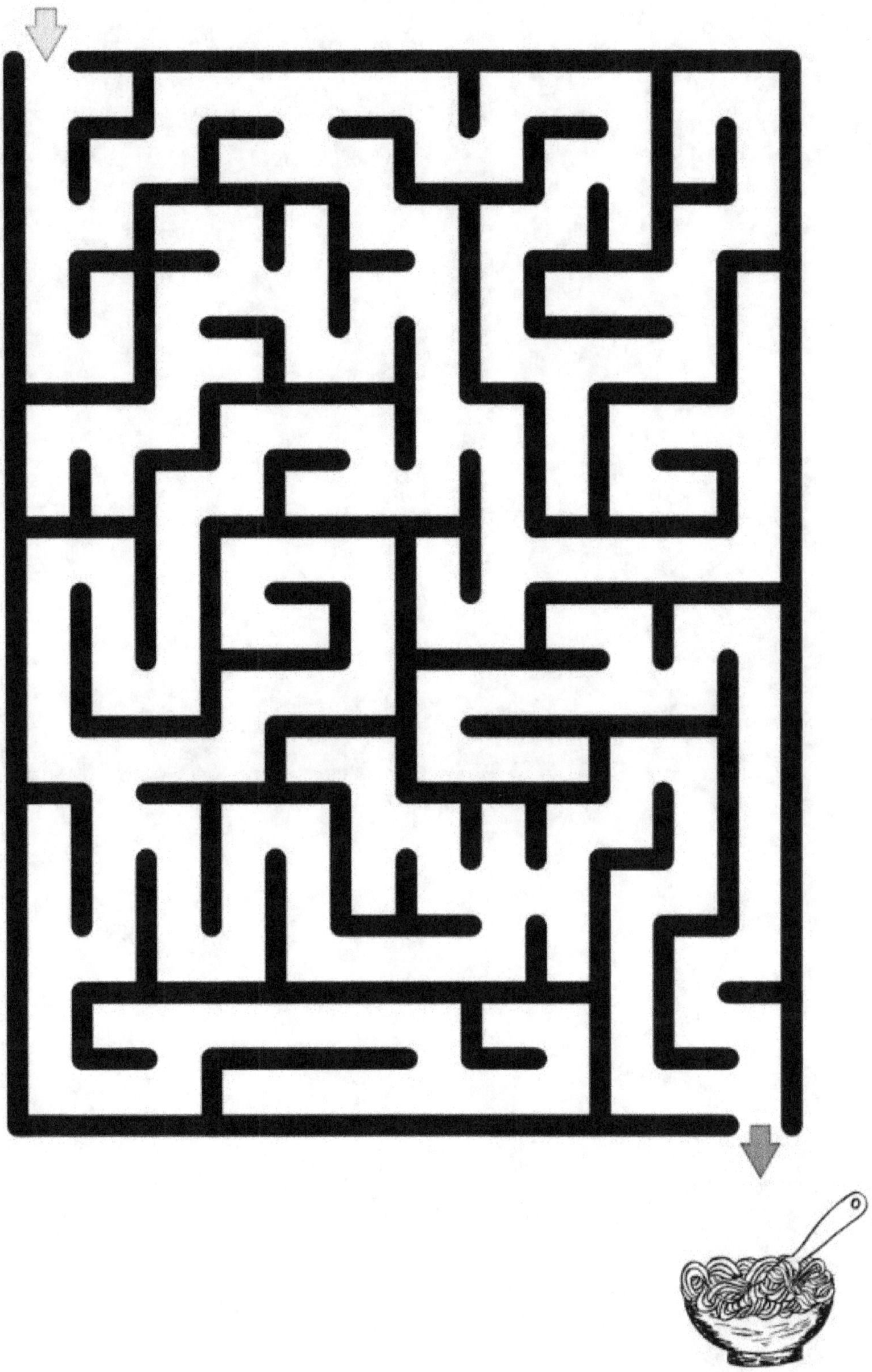

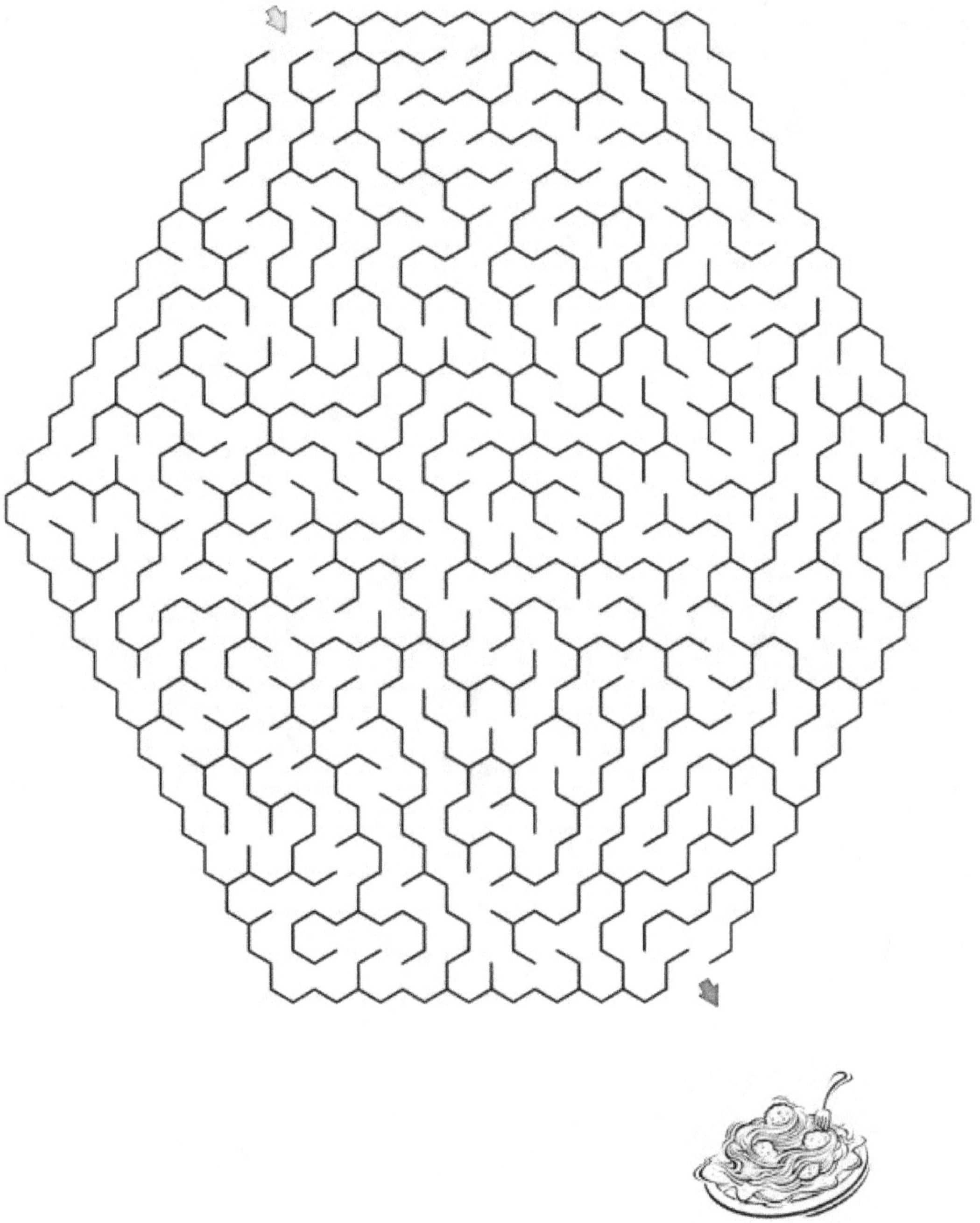

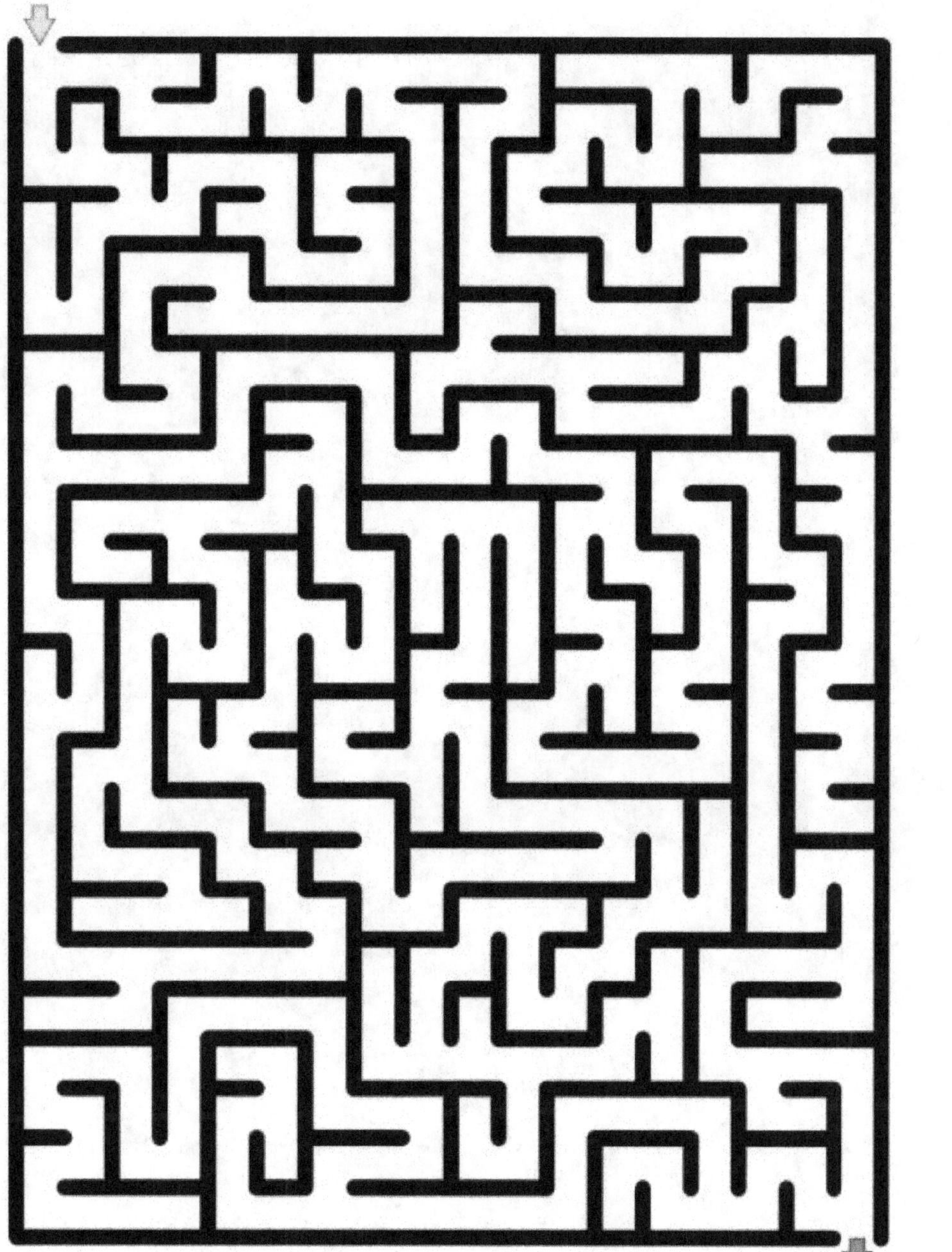

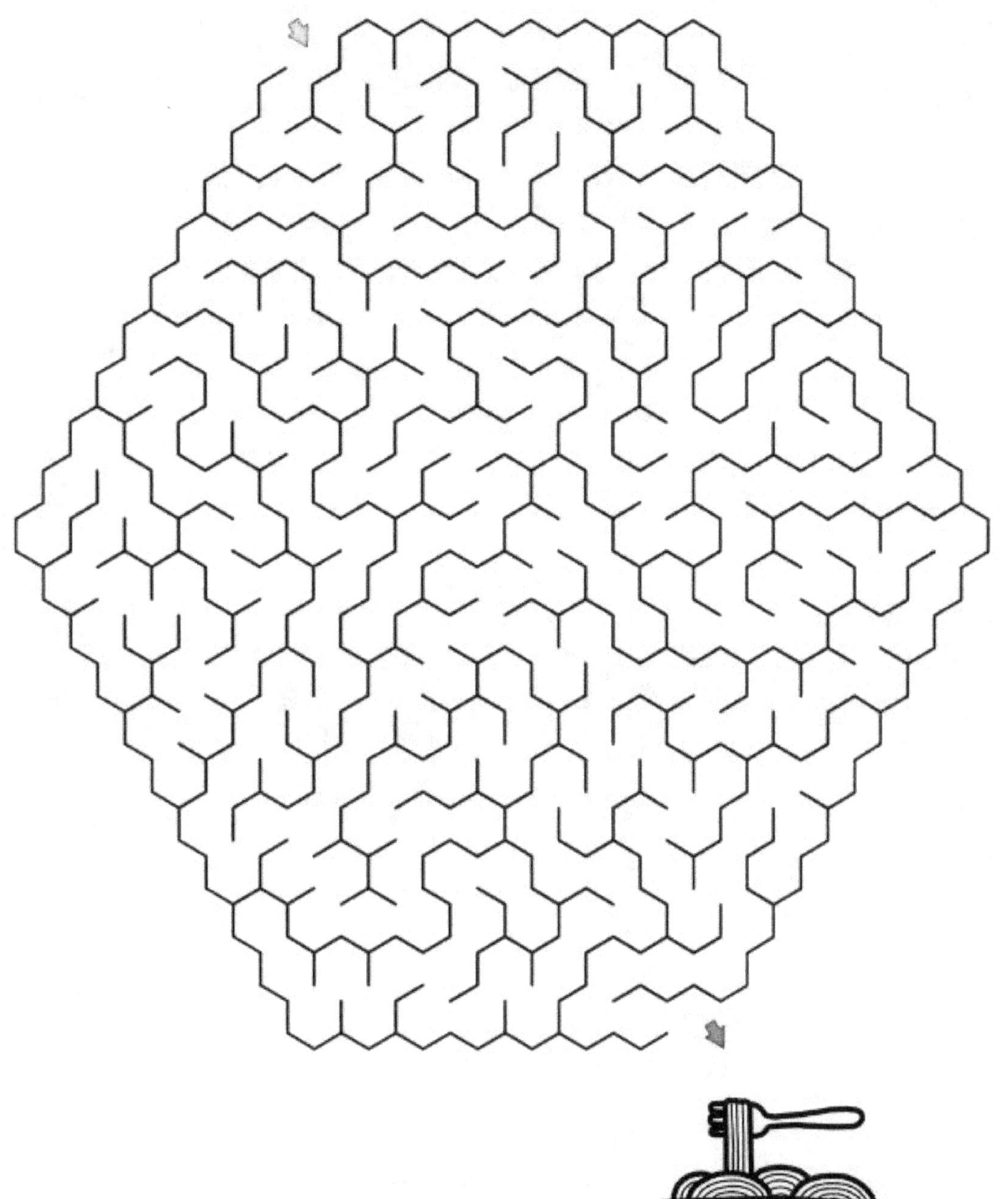

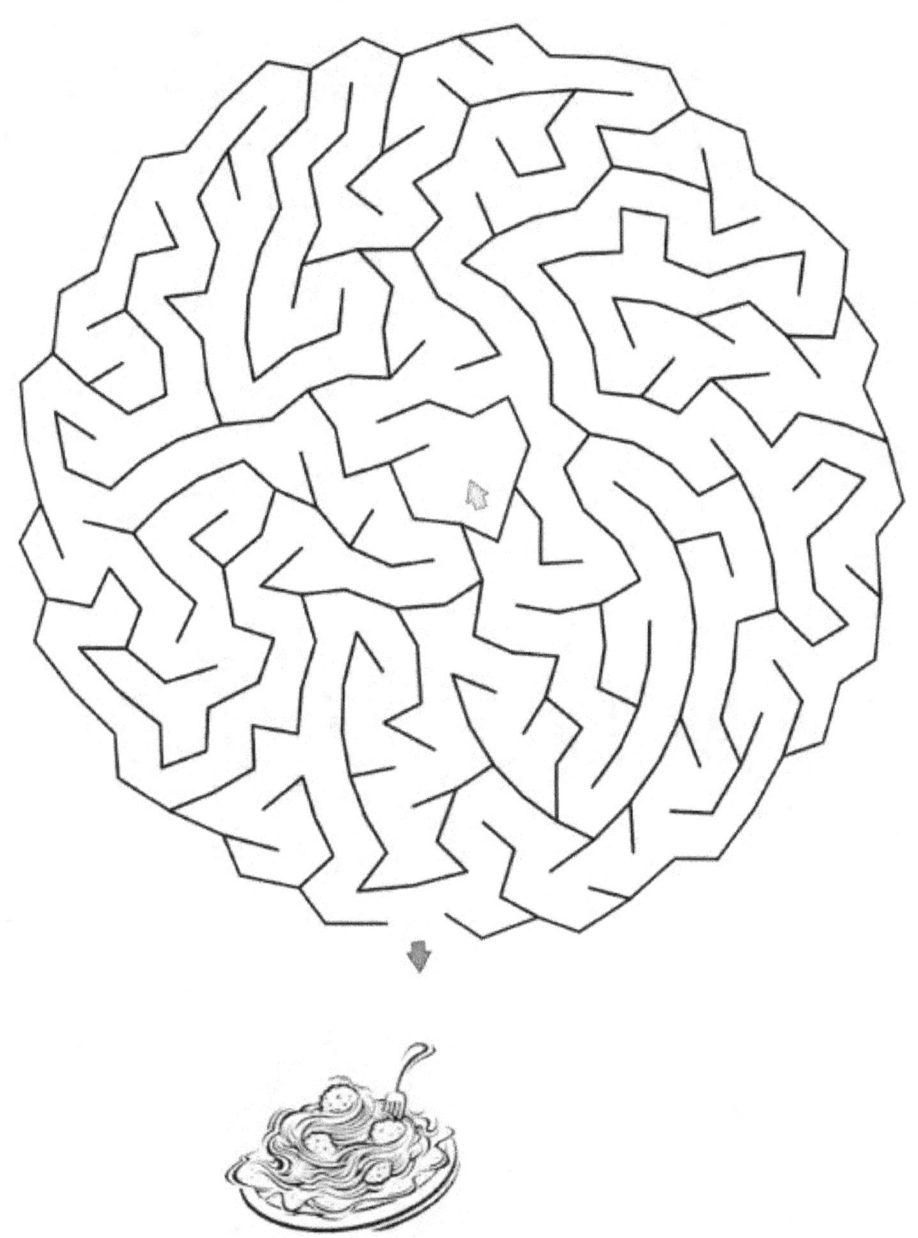

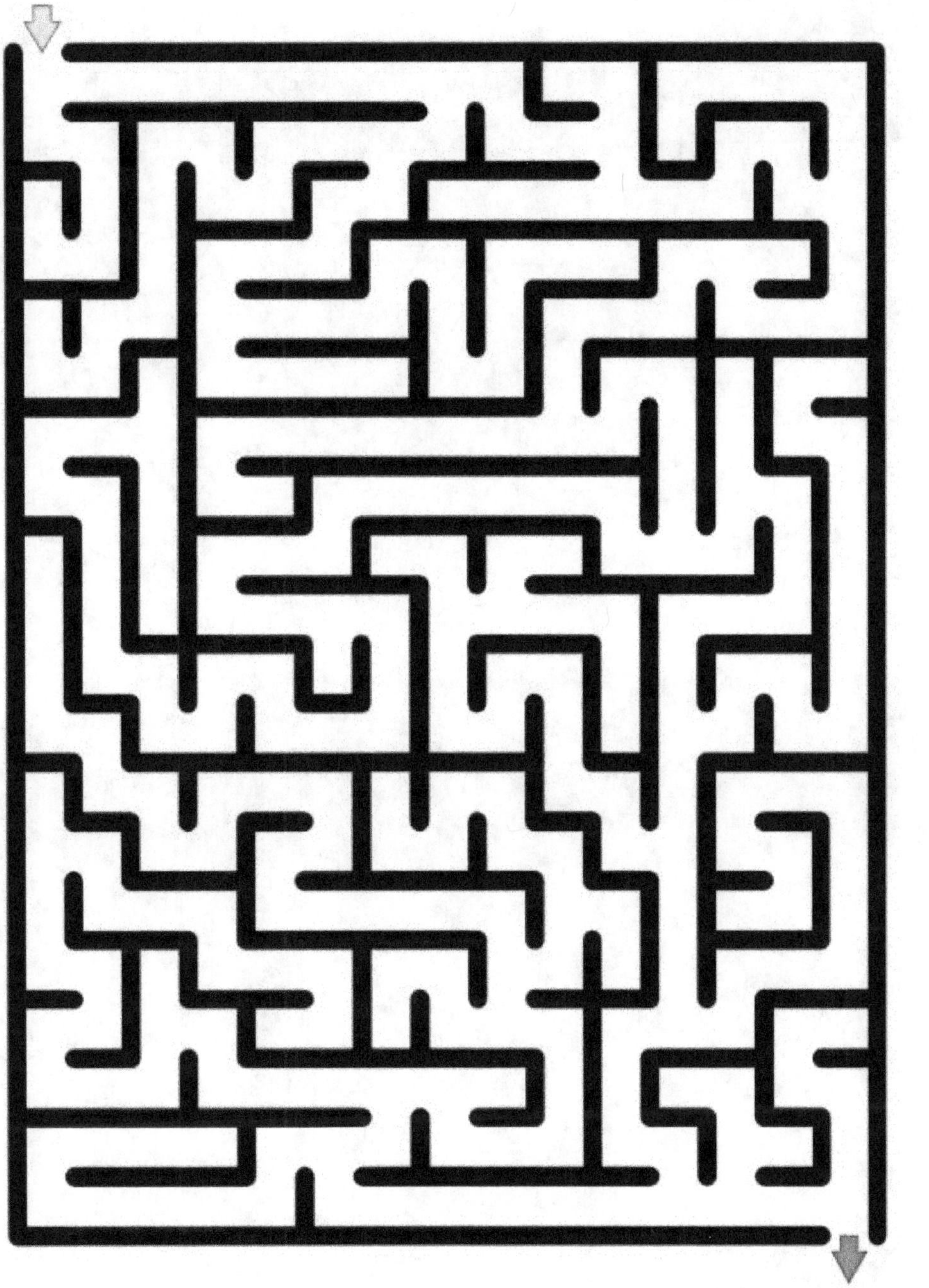

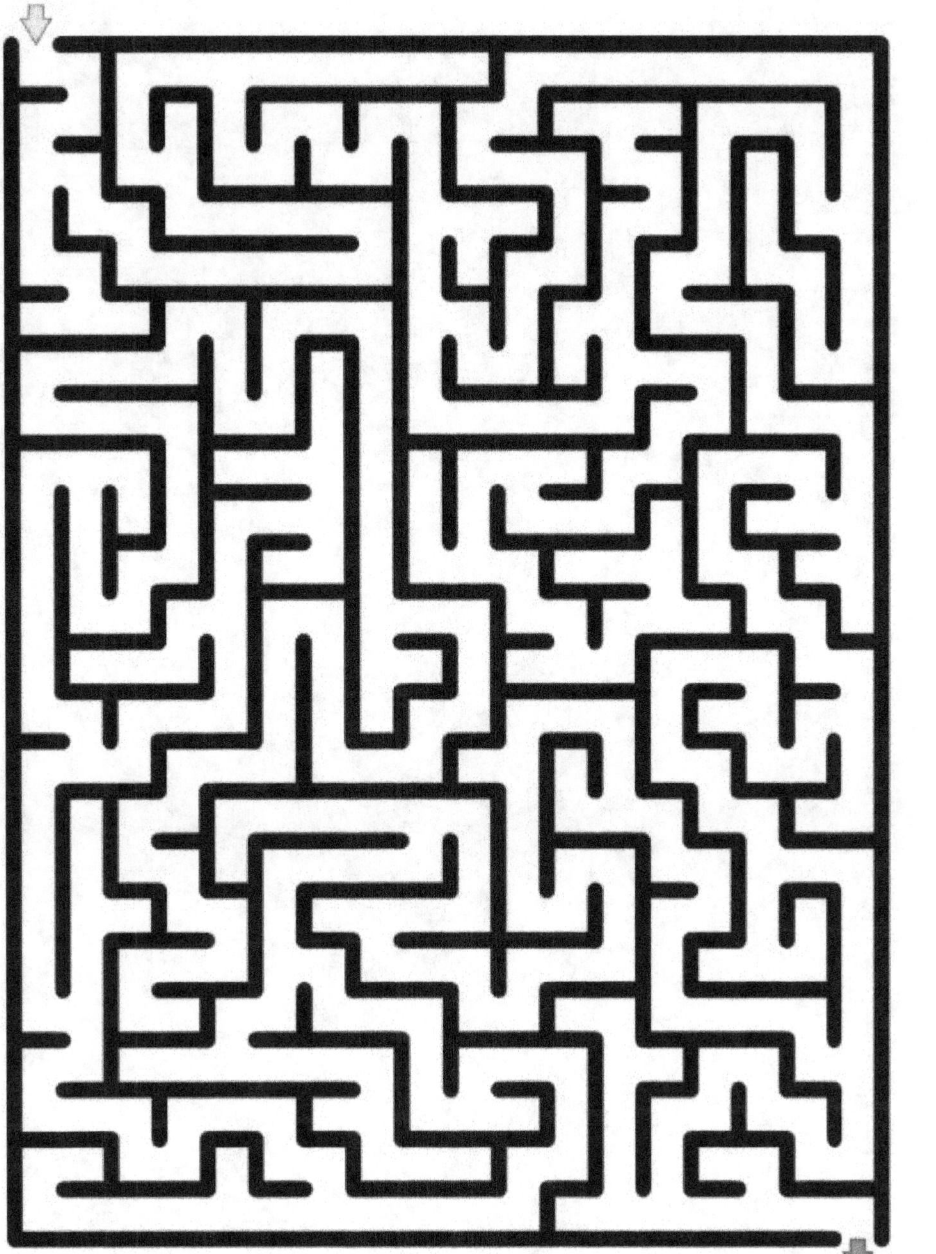

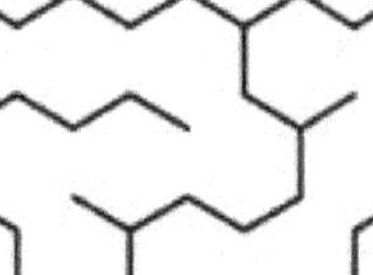

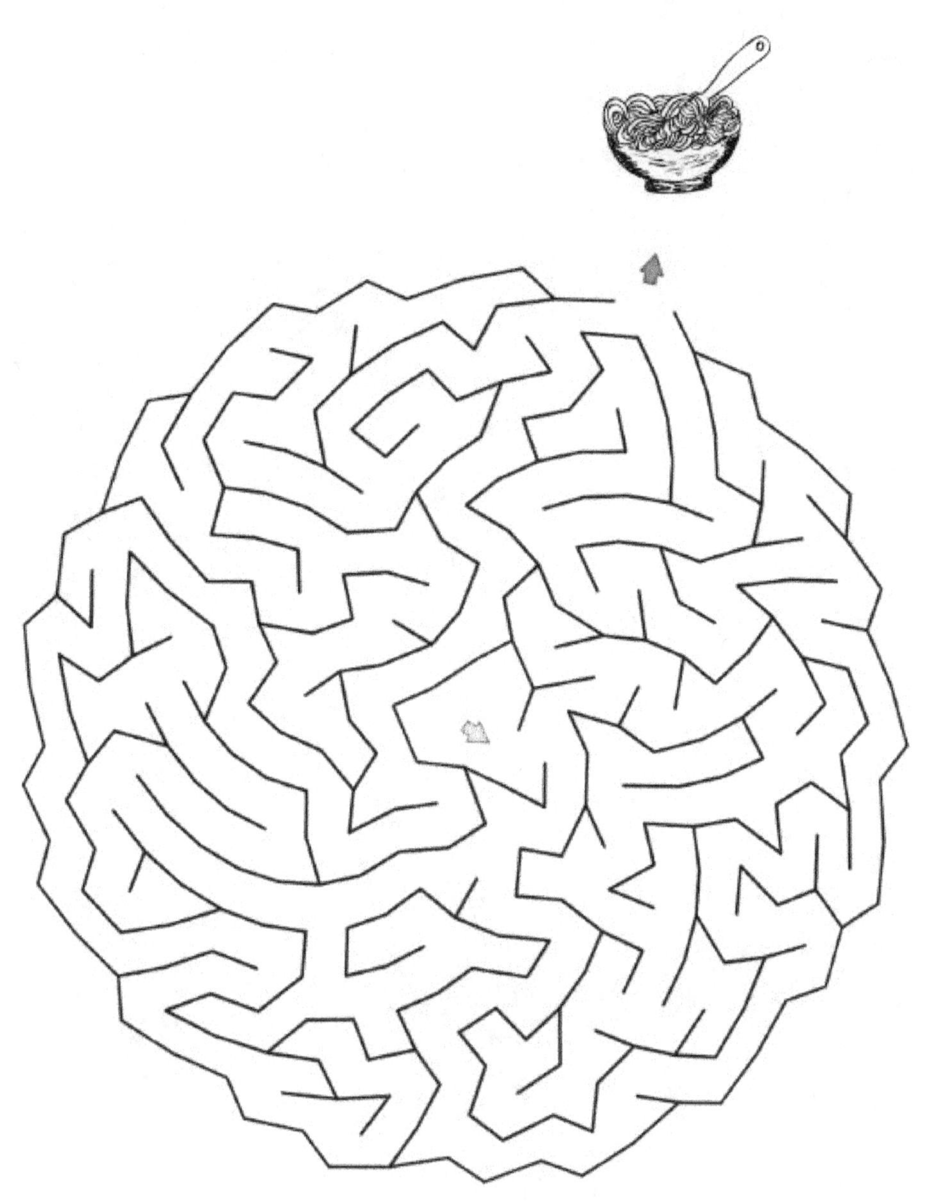